TRANZLATY

La Langue est pour tout le Monde

Tungumál er fyrir alla

La Belle et la Bête

Fegurðin og Dýrið

Gabrielle-Suzanne Barbot de Villeneuve

Français / Íslenska

Copyright © 2025 Tranzlaty
All rights reserved
Published by Tranzlaty
ISBN: 978-1-80572-048-5
Original text by Gabrielle-Suzanne Barbot de Villeneuve
La Belle et la Bête
First published in French in 1740
Taken from The Blue Fairy Book (Andrew Lang)
Illustration by Walter Crane
www.tranzlaty.com

Il était une fois un riche marchand
Þar var einu sinni ríkur kaupmaður
ce riche marchand avait six enfants
þessi ríki kaupmaður átti sex börn
il avait trois fils et trois filles
hann átti þrjá syni og þrjár dætur
il n'a épargné aucun coût pour leur éducation
hann sparaði engan kostnað við menntun þeirra
parce qu'il était un homme sensé
því hann var skynsamur maður
mais il a donné à ses enfants de nombreux serviteurs
en hann gaf börnum sínum marga þjóna
ses filles étaient extrêmement jolies
dætur hans voru einstaklega fallegar
et sa plus jeune fille était particulièrement jolie
og yngsta dóttir hans var sérstaklega falleg
Déjà enfant, sa beauté était admirée
sem barn var fegurð hennar þegar dáð
et les gens l'appelaient à cause de sa beauté
og fólkið kallaði hana fyrir fegurð hennar
sa beauté ne s'est pas estompée avec l'âge
fegurð hennar dofnaði ekki þegar hún varð eldri
alors les gens ont continué à l'appeler par sa beauté
svo fólkið hélt áfram að kalla hana af fegurð hennar
cela a rendu ses sœurs très jalouses
þetta gerði systur hennar mjög afbrýðisamar
les deux filles aînées avaient beaucoup de fierté
báðar elstu dæturnar höfðu mikið stolt
leur richesse était la source de leur fierté
auður þeirra var uppspretta stolts þeirra
et ils n'ont pas caché leur fierté non plus
og þeir leyndu ekki stolti sínu heldur
ils n'ont pas rendu visite aux filles d'autres marchands
ekki heimsóttu þær aðrar kaupmannadætur
parce qu'ils ne rencontrent que l'aristocratie
vegna þess að þeir hitta aðeins aðalsmenn

ils sortaient tous les jours pour faire la fête
þeir fóru út á hverjum degi í veislur
bals, pièces de théâtre, concerts, etc.
böll, leikrit, tónleikar og svo framvegis
et ils se moquèrent de leur plus jeune sœur
og hlógu að yngstu systur sinni
parce qu'elle passait la plupart de son temps à lire
því hún eyddi mestum tíma sínum í lestur
il était bien connu qu'ils étaient riches
það var kunnugt að þeir voru ríkir
alors plusieurs marchands éminents ont demandé leur main
báðu því nokkrir ágætir kaupmenn um hönd sína
mais ils ont dit qu'ils n'allaient pas se marier
en þeir sögðust ekki ætla að giftast
mais ils étaient prêts à faire quelques exceptions
en þeir voru reiðubúnir að gera nokkrar undantekningar
« Peut-être que je pourrais épouser un duc »
„Ég gæti kannski gifst hertoga"
« Je suppose que je pourrais épouser un comte »
„Ég býst við að ég gæti gifst jarli"
Belle a remercié très civilement ceux qui lui ont proposé
fegurð þakkaði mjög kurteislega þeim sem buðu henni
elle leur a dit qu'elle était encore trop jeune pour se marier
hún sagði þeim að hún væri enn of ung til að giftast
elle voulait rester quelques années de plus avec son père
hún vildi vera í nokkur ár í viðbót hjá föður sínum
Tout d'un coup, le marchand a perdu sa fortune
Allt í einu missti kaupmaðurinn auð sinn
il a tout perdu sauf une petite maison de campagne
hann missti allt fyrir utan lítið sveitahús
et il dit à ses enfants, les larmes aux yeux :
Og hann sagði börnum sínum með tár í augunum:
« il faut aller à la campagne »
„við verðum að fara í sveitina"
« et nous devons travailler pour gagner notre vie »
"og við verðum að vinna fyrir lífinu"

les deux filles aînées ne voulaient pas quitter la ville
tvær elstu dæturnar vildu ekki fara úr bænum
ils avaient plusieurs amants dans la ville
þeir áttu nokkra ástmenn í borginni
et ils étaient sûrs que l'un de leurs amants les épouserait
og þeir voru vissir um að einn elskhugi þeirra myndi giftast þeim
ils pensaient que leurs amants les épouseraient même sans fortune
þeir héldu að elskendur þeirra myndu giftast þeim jafnvel án auðæfa
mais les bonnes dames se sont trompées
en góðu dömunum skjátlaðist
leurs amants les ont abandonnés très vite
elskendur þeirra yfirgáfu þá mjög fljótt
parce qu'ils n'avaient plus de fortune
því að þeir áttu enga gæfu framar
cela a montré qu'ils n'étaient pas vraiment appréciés
þetta sýndi að þeir voru í raun ekki vel liðnir
tout le monde a dit qu'ils ne méritaient pas d'être plaints
allir sögðu að þeir ættu ekki skilið að vera vorkunnir
« Nous sommes heureux de voir leur fierté humiliée »
„við erum ánægð að sjá stolt þeirra auðmýkt"
« Qu'ils soient fiers de traire les vaches »
„leyfum þeim að vera stoltir af því að mjólka kýr"
mais ils étaient préoccupés par Belle
en þeim var umhugað um fegurð
elle était une créature si douce
hún var svo ljúf skepna
elle parlait si gentiment aux pauvres
hún talaði svo vinsamlega við fátækt fólk
et elle était d'une nature si innocente
og hún var svo saklaus að eðlisfari
Plusieurs messieurs l'auraient épousée
Nokkrir herrar hefðu gifst henni
ils l'auraient épousée même si elle était pauvre

þau hefðu gifst henni þó hún væri fátæk
mais elle leur a dit qu'elle ne pouvait pas les épouser
en hún sagði þeim að hún mætti ekki giftast þeim
parce qu'elle ne voulait pas quitter son père
því hún vildi ekki yfirgefa föður sinn
elle était déterminée à l'accompagner à la campagne
hún var staðráðin í að fara með honum í sveitina
afin qu'elle puisse le réconforter et l'aider
svo að hún gæti huggað hann og hjálpað honum
pauvre Belle était très affligée au début
Fátækur fegurð var mjög harmur í fyrstu
elle était attristée par la perte de sa fortune
hún var harmþrungin yfir auðæfum sínum
"Mais pleurer ne changera pas mon destin"
"en grátur mun ekki breyta örlögum mínum"
« Je dois essayer de me rendre heureux sans richesse »
„Ég verð að reyna að gera mig hamingjusaman án auðs"
ils sont venus dans leur maison de campagne
þeir komu í sveit sína
et le marchand et ses trois fils s'appliquèrent à l'agriculture
og kaupmaðurinn og þrír synir hans lögðu sig fram við búskap
Belle s'est levée à quatre heures du matin
fegurðin reis upp klukkan fjögur að morgni
et elle s'est dépêchée de nettoyer la maison
og hún flýtti sér að þrífa húsið
et elle s'est assurée que le dîner était prêt
og hún sá til þess að kvöldmaturinn væri tilbúinn
au début, elle a trouvé sa nouvelle vie très difficile
í upphafi fannst henni nýja lífið mjög erfitt
parce qu'elle n'était pas habituée à un tel travail
vegna þess að hún hafði ekki verið vön slíkri vinnu
mais en moins de deux mois elle est devenue plus forte
en á innan við tveimur mánuðum efldist hún
et elle était en meilleure santé que jamais auparavant
og hún var heilbrigðari en nokkru sinni fyrr

après avoir fait son travail, elle a lu
eftir að hún hafði unnið verk sitt las hún
elle jouait du clavecin
hún lék á sembal
ou elle chantait en filant de la soie
eða hún söng á meðan hún spunni silki
au contraire, ses deux sœurs ne savaient pas comment passer leur temps
þvert á móti vissu tvær systur hennar ekki hvernig þær ættu að eyða tíma sínum
ils se sont levés à dix heures et n'ont rien fait d'autre que paresser toute la journée
þeir fóru á fætur klukkan tíu og gerðu ekki annað en að liggja í leti allan daginn
ils ont déploré la perte de leurs beaux vêtements
þeir harmuðu tjón af fínu fötunum sínum
et ils se sont plaints d'avoir perdu leurs connaissances
og kvörtuðu þeir yfir að missa kunningja sína
« Regardez notre plus jeune sœur », se dirent-ils.
„Líttu á yngstu systur okkar," sögðu þau við hvort annað
"Quelle pauvre et stupide créature elle est"
"hvað hún er léleg og heimsk skepna"
"C'est mesquin de se contenter de si peu"
"það er vont að vera sáttur við svona lítið"
le gentil marchand était d'un avis tout à fait différent
hinn góði kaupmaður var á allt annarri skoðun
il savait très bien que Belle éclipsait ses sœurs
hann vissi vel, að fegurðin skartaði systur hennar
elle les a surpassés en caractère ainsi qu'en esprit
hún skartaði þeim í karakter jafnt sem huga
il admirait son humilité et son travail acharné
hann dáðist að auðmýkt hennar og dugnaði hennar
mais il admirait surtout sa patience
en mest dáðist hann að þolinmæði hennar
ses sœurs lui ont laissé tout le travail à faire
systur hennar létu hana eftir allt verkið

et ils l'insultaient à chaque instant
og þeir móðguðu hana hverja stund
La famille vivait ainsi depuis environ un an.
Þannig hafði fjölskyldan búið í um eitt ár
puis le commerçant a reçu une lettre d'un comptable
þá fékk kaupmaðurinn bréf frá bókhaldara
il avait un investissement dans un navire
hann átti fjárfestingu í skipi
et le navire était arrivé sain et sauf
og var skipið komið heilu og höldnu
Cette nouvelle a fait tourner les têtes des deux filles aînées
t fréttir hans sneru höfuðið á tveimur elstu dætrunum
ils ont immédiatement eu l'espoir de revenir en ville
þeir gerðu sér strax vonir um að snúa aftur í bæinn
parce qu'ils étaient assez fatigués de la vie à la campagne
vegna þess að þeir voru frekar þreyttir á sveitalífinu
ils sont allés vers leur père alors qu'il partait
þeir fóru til föður síns er hann var að fara
ils l'ont supplié de leur acheter de nouveaux vêtements
þeir báðu hann kaupa sér ný föt
des robes, des rubans et toutes sortes de petites choses
kjólar, slaufur og alls konar smáhlutir
mais Belle n'a rien demandé
en fegurðin bað ekki um neitt
parce qu'elle pensait que l'argent ne serait pas suffisant
vegna þess að hún hélt að peningarnir myndu ekki duga
il n'y aurait pas assez pour acheter tout ce que ses sœurs voulaient
það væri ekki nóg til að kaupa allt sem systur hennar vildu
"Que veux-tu, ma belle ?" demanda son père
"Hvað myndirðu vilja, fegurð?" spurði faðir hennar
« Merci, père, pour la bonté de penser à moi », dit-elle
„Þakka þér, faðir, fyrir það góða að hugsa um mig," sagði hún
« Père, ayez la gentillesse de m'apporter une rose »
"faðir, vertu svo góður að færa mér rós"
"parce qu'aucune rose ne pousse ici dans le jardin"

"því engar rósir vaxa hér í garðinum"
"et les roses sont une sorte de rareté"
"og rósir eru eins konar sjaldgæfur"
Belle ne se souciait pas vraiment des roses
fegurð var ekki alveg sama um rósir
elle a juste demandé quelque chose pour ne pas condamner ses sœurs
hún bað bara um eitthvað til að fordæma ekki systur sínar
mais ses sœurs pensaient qu'elle avait demandé des roses pour d'autres raisons
en systur hennar þóttust biðja um rósir af öðrum ástæðum
"Elle l'a fait juste pour avoir l'air particulière"
„hún gerði það bara til að líta sérstaklega út"
L'homme gentil est parti en voyage
Hinn góði maður fór ferð sína
mais quand il est arrivé, ils se sont disputés à propos de la marchandise
en er hann kom, deildu þeir um varninginn
et après beaucoup d'ennuis, il est revenu aussi pauvre qu'avant
og eptir mikið vesen kom hann aftur eins fátækur og áður
il était à quelques heures de sa propre maison
hann var innan við nokkra klukkutíma frá eigin húsi
et il imaginait déjà la joie de revoir ses enfants
og hann ímyndaði sér nú þegar gleðina við að sjá börnin sín
mais en traversant la forêt, il s'est perdu
en þegar hann fór um skóg villtist hann
il a plu et neigé terriblement
það rigndi og snjóaði hræðilega
le vent était si fort qu'il l'a fait tomber de son cheval
vindurinn var svo mikill að hann kastaði honum af hestinum
et la nuit arrivait rapidement
og nóttin kom fljótt
il a commencé à penser qu'il pourrait mourir de faim
hann fór að hugsa um að hann gæti svelt
et il pensait qu'il pourrait mourir de froid

ok hugði, at hann gæti frjósa til dauða
et il pensait que les loups pourraient le manger
og hann hélt að úlfar mættu éta hann
les loups qu'il entendait hurler tout autour de lui
úlfana sem hann heyrði grenja í kringum sig
mais tout à coup il a vu une lumière
en allt í einu sá hann ljós
il a vu la lumière au loin à travers les arbres
hann sá ljósið álengdar í gegnum trén
quand il s'est approché, il a vu que la lumière était un palais
þegar hann kom nær sá hann að ljósið var höll
le palais était illuminé de haut en bas
höllin var upplýst ofan frá og niður
le marchand a remercié Dieu pour sa chance
kaupmaðurinn þakkaði guði fyrir gæfu sína
et il se précipita vers le palais
og hann flýtti sér til hallarinnar
mais il fut surpris de ne voir personne dans le palais
en það kom honum á óvart að sjá ekkert fólk í höllinni
la cour était complètement vide
garðurinn var alveg tómur
et il n'y avait aucun signe de vie nulle part
og hvergi sást lífsmark
son cheval le suivit dans le palais
hestur hans fylgdi honum inn í höllina
et puis son cheval a trouvé une grande écurie
og þá fann hestur hans stóra hesthús
le pauvre animal était presque affamé
greyið dýrið var næstum hungrað
alors son cheval est allé chercher du foin et de l'avoine
svo hestur hans fór inn að finna hey og hafrar
Heureusement, il a trouvé beaucoup à manger
sem betur fer fann hann nóg að borða
et le marchand attacha son cheval à la mangeoire
ok batt kaupmaðurinn hest sinn við jötuna
En marchant vers la maison, il n'a vu personne

Þegar hann gekk í átt að húsinu sá hann engan
mais dans une grande salle il trouva un bon feu
en í stórum sal fann hann góðan eld
et il a trouvé une table dressée pour une personne
og hann fann borð fyrir einn
il était mouillé par la pluie et la neige
hann var blautur af rigningu og snjó
alors il s'est approché du feu pour se sécher
svo hann gekk nærri eldinum að þurrka sig
« J'espère que le maître de maison m'excusera »
„Ég vona að húsbóndinn afsaki mig"
« Je suppose qu'il ne faudra pas longtemps pour que quelqu'un apparaisse »
„Ég býst við að það taki ekki langan tíma þar til einhver birtist"
Il a attendu un temps considérable
Hann beið töluverðan tíma
il a attendu jusqu'à ce que onze heures sonnent, et toujours personne n'est venu
hann beið þar til klukkan sló ellefu og enn kom enginn
enfin, il avait tellement faim qu'il ne pouvait plus attendre
loksins var hann svo svangur að hann gat ekki beðið lengur
il a pris du poulet et l'a mangé en deux bouchées
hann tók kjúkling og borðaði hann í tveimur munnum
il tremblait en mangeant la nourriture
hann skalf þegar hann borðaði matinn
après cela, il a bu quelques verres de vin
eftir þetta drakk hann nokkur vínglös
devenant plus courageux, il sortit du hall
hann varð hugrakkur og gekk út úr salnum
et il traversa plusieurs grandes salles
og hann fór yfir nokkra stóra sali
il a traversé le palais jusqu'à ce qu'il arrive dans une chambre
hann gekk í gegnum höllina þar til hann kom inn í herbergi
une chambre qui contenait un très bon lit

herbergi sem var í mjög góðu rúmi
il était très fatigué par son épreuve
hann var mjög þreyttur af erfiðleikum sínum
et il était déjà minuit passé
og klukkan var þegar komin yfir miðnætti
alors il a décidé qu'il était préférable de fermer la porte
svo hann ákvað að það væri best að loka hurðinni
et il a conclu qu'il devrait aller se coucher
og hann ályktaði að hann ætti að fara að sofa
Il était dix heures du matin lorsque le marchand s'est réveillé
Klukkan var tíu að morgni, er kaupmaðurinn vaknaði
au moment où il allait se lever, il vit quelque chose
þegar hann ætlaði að rísa sá hann eitthvað
il a été étonné de voir un ensemble de vêtements propres
hann undraðist að sjá hrein föt
à l'endroit où il avait laissé ses vêtements sales
á þeim stað sem hann hafði skilið eftir óhrein fötin sín
"ce palais appartient certainement à une sorte de fée"
"vissulega tilheyrir þessi höll einhvers konar ævintýri"
" une fée qui m'a vu et qui a eu pitié de moi"
" ævintýri sem hefur séð mig og vorkennt mér"
il a regardé à travers une fenêtre
hann leit í gegnum glugga
mais au lieu de neige, il vit le jardin le plus charmant
en í stað snjós sá hann hinn yndislega garð
et dans le jardin il y avait les plus belles roses
og í garðinum voru hinar fegurstu rósir
il est ensuite retourné dans la grande salle
sneri hann þá aftur í stóra salinn
la salle où il avait mangé de la soupe la veille
salurinn þar sem hann hafði fengið sér súpu kvöldið áður
et il a trouvé du chocolat sur une petite table
og hann fann súkkulaði á litlu borði
« Merci, bonne Madame la Fée », dit-il à voix haute.
„Þakka þér, góða frú Fairy," sagði hann upphátt

"Merci d'être si attentionné"
"takk fyrir að sýna svona umhyggju"
« Je vous suis extrêmement reconnaissant pour toutes vos faveurs »
„Ég er þér ákaflega þakklátur fyrir alla þína greiða"
l'homme gentil a bu son chocolat
góði maðurinn drakk súkkulaðið sitt
et puis il est allé chercher son cheval
ok þá fór hann at leita hests síns
mais dans le jardin il se souvint de la demande de Belle
en í garðinum minntist hann óskar fegurðar
et il coupa une branche de roses
og hann skar af rósum
immédiatement il entendit un grand bruit
strax heyrði hann mikinn hávaða
et il vit une bête terriblement effrayante
og hann sá ógurlega hræðilega dýr
il était tellement effrayé qu'il était sur le point de s'évanouir
hann var svo hræddur að hann var búinn að falla í yfirlið
« Tu es bien ingrat », lui dit la bête.
"Þú ert mjög vanþakklátur," sagði dýrið við hann
et la bête parla d'une voix terrible
og dýrið talaði hræðilegri röddu
« Je t'ai sauvé la vie en te laissant entrer dans mon château »
„Ég hef bjargað lífi þínu með því að hleypa þér inn í kastalann minn"
"et pour ça tu me voles mes roses en retour ?"
"og fyrir þetta stelur þú rósunum mínum í staðinn?"
« Les roses que j'apprécie plus que tout »
"Rósirnar sem ég met meira en allt"
"mais tu mourras pour ce que tu as fait"
"en þú skalt deyja fyrir það sem þú hefur gert"
« Je ne vous donne qu'un quart d'heure pour vous préparer »
„Ég gef þér aðeins stundarfjórðung til að undirbúa þig"
« Préparez-vous à la mort et dites vos prières »
"búið ykkur undir dauðann og biðjið ykkar"

le marchand tomba à genoux
kaupmaðurinn féll á kné
et il leva ses deux mains
og hann lyfti upp báðum höndum sínum
« Monseigneur, je vous supplie de me pardonner »
"Herra minn, ég bið þig að fyrirgefa mér"
« Je n'avais aucune intention de t'offenser »
„Ég ætlaði ekki að móðga þig"
« J'ai cueilli une rose pour une de mes filles »
„Ég safnaði rós fyrir eina af dætrum mínum"
"elle m'a demandé de lui apporter une rose"
„hún bað mig að færa sér rós"
« Je ne suis pas ton seigneur, mais je suis une bête »,
répondit le monstre
"Ég er ekki herra þinn, en ég er skepna," svaraði skrímslið
« Je n'aime pas les compliments »
„Ég elska ekki hrós"
« J'aime les gens qui parlent comme ils pensent »
„Mér líkar við fólk sem talar eins og það hugsar"
« N'imaginez pas que je puisse être ému par la flatterie »
"ekki ímyndaðu þér að ég geti hrífst af smjaðri"
« Mais tu dis que tu as des filles »
"En þú segir að þú eigir dætur"
"**Je te pardonnerai à une condition**"
„Ég mun fyrirgefa þér með einu skilyrði"
« L'une de vos filles doit venir volontairement à mon palais »
"ein af dætrum þínum verður að koma til mín af fúsum og frjálsum vilja"
"**et elle doit souffrir pour toi**"
"og hún verður að þjást fyrir þig"
« Donne-moi ta parole »
"Leyfðu mér að hafa orð þín"
"et ensuite tu pourras vaquer à tes occupations"
"og þá geturðu farið að vinna"
« Promets-moi ceci : »

"Lofaðu mér þessu:"
"Si votre fille refuse de mourir pour vous, vous devez revenir dans les trois mois"
„Ef dóttir þín neitar að deyja fyrir þig, verður þú að snúa aftur innan þriggja mánaða"
le marchand n'avait aucune intention de sacrifier ses filles
kaupmaðurinn hafði ekki í hyggju að fórna dætrum sínum
mais, comme on lui en donnait le temps, il voulait revoir ses filles une fois de plus
en þar sem honum var gefinn tími, vildi hann sjá dætur sínar enn einu sinni
alors il a promis qu'il reviendrait
svo hann lofaði að koma aftur
et la bête lui dit qu'il pouvait partir quand il le voudrait
og dýrið sagði honum að hann mætti leggja af stað þegar honum þóknaðist
et la bête lui dit encore une chose
og dýrið sagði honum eitt enn
« Tu ne partiras pas les mains vides »
"Þú skalt ekki fara tómhentur"
« retourne dans la pièce où tu étais allongé »
"farðu aftur í herbergið þar sem þú lást"
« vous verrez un grand coffre au trésor vide »
"þú munt sjá mikla tóma fjársjóðskistu"
« Remplissez le coffre aux trésors avec ce que vous préférez »
"fylltu fjársjóðskistuna af því sem þér líkar best"
"et j'enverrai le coffre au trésor chez toi"
"og ég mun senda fjársjóðskistuna heim til þín"
et en même temps la bête s'est retirée
og um leið dró dýrið til baka
« Eh bien, » se dit le bon homme
„Jæja," sagði góði maðurinn við sjálfan sig
« Si je dois mourir, je laisserai au moins quelque chose à mes enfants »
"ef ég verð að deyja, mun ég að minnsta kosti skilja eitthvað

eftir börnum mínum"
alors il retourna dans la chambre à coucher
svo hann sneri aftur í svefnherbergið
et il a trouvé une grande quantité de pièces d'or
ok fann hann marga gullpeninga
il a rempli le coffre au trésor que la bête avait mentionné
hann fyllti fjársjóðskistuna sem dýrið hafði nefnt
et il sortit son cheval de l'écurie
ok tók hann hest sinn ór hesthúsinu
la joie qu'il ressentait en entrant dans le palais était désormais égale à la douleur qu'il ressentait en le quittant
gleðin sem hann fann þegar hann gekk inn í höllina var nú jöfn þeirri sorg sem hann fann þegar hann yfirgaf hana
le cheval a pris un des chemins de la forêt
hesturinn tók einn af skógvegum
et quelques heures plus tard, le bon homme était à la maison
og eftir nokkrar klukkustundir var góður maður kominn heim
ses enfants sont venus à lui
börn hans komu til hans
mais au lieu de recevoir leurs étreintes avec plaisir, il les regardait
en í stað þess að taka á móti faðmlögum þeirra með ánægju, horfði hann á þá
il brandit la branche qu'il tenait dans ses mains
hann hélt uppi greininni sem hann hafði í höndunum
et puis il a fondu en larmes
og svo brast hann í grát
« Belle », dit-il, « s'il te plaît, prends ces roses »
„fegurð," sagði hann, „vinsamlegast takið þessar rósir"
"Vous ne pouvez pas savoir à quel point ces roses ont été chères"
"þú getur ekki vitað hversu dýrar þessar rósir hafa verið"
"Ces roses ont coûté la vie à ton père"
"þessar rósir hafa kostað föður þinn lífið"
et puis il raconta sa fatale aventure
og svo sagði hann frá banvænu ævintýri sínu

immédiatement les deux sœurs aînées crièrent
þegar í stað hrópuðu tvær elstu systurnar
et ils ont dit beaucoup de choses méchantes à leur belle sœur
ok kváðu þær margt illt við sína fögru systur
mais Belle n'a pas pleuré du tout
en fegurðin grét alls ekki
« **Regardez l'orgueil de ce petit misérable** », **dirent-ils.**
"Sjáðu stoltið af þessum litla aumingja," sögðu þeir
"elle n'a pas demandé de beaux vêtements"
„hún bað ekki um fín föt"
"Elle aurait dû faire ce que nous avons fait"
„hún hefði átt að gera það sem við gerðum"
"elle voulait se distinguer"
„hún vildi skera sig úr"
"alors maintenant elle sera la mort de notre père"
"svo nú verður hún dauði föður okkar"
"et pourtant elle ne verse pas une larme"
"og samt fellir hún ekki tár"
"Pourquoi devrais-je pleurer ?" répondit Belle
"Af hverju ætti ég að gráta?" svaraði fegurð
« **pleurer serait très inutile** »
"grátur væri mjög óþarfi"
« **Mon père ne souffrira pas pour moi** »
"faðir minn mun ekki þjást fyrir mig"
"le monstre acceptera une de ses filles"
„skrímslið mun sætta sig við eina af dætrum sínum"
« **Je m'offrirai à toute sa fureur** »
„Ég mun bjóða mér upp á alla reiði hans"
« **Je suis très heureux, car ma mort sauvera la vie de mon père** »
„Ég er mjög ánægður, því dauði minn mun bjarga lífi föður míns"
"ma mort sera une preuve de mon amour"
"dauði minn mun vera sönnun um ást mína"
« **Non, ma sœur** », **dirent ses trois frères**
„Nei, systir," sögðu bræður hennar þrír

"cela ne sera pas"
"það skal ekki vera"
"nous allons chercher le monstre"
"við förum að finna skrímslið"
"et soit on le tue..."
"og annað hvort drepum við hann..."
« ... ou nous périrons dans cette tentative »
"...eða við munum farast í tilrauninni"
« N'imaginez rien de tel, mes fils », dit le marchand.
"Ímyndaðu þér ekki neitt slíkt, synir mínir," sagði kaupmaðurinn
"La puissance de la bête est si grande que je n'ai aucun espoir que tu puisses la vaincre"
"Máttur dýrsins er svo mikill að ég hef enga von að þú gætir sigrað hann"
« Je suis charmé par l'offre aimable et généreuse de Belle »
„Ég er heilluð af góðu og rausnarlegu tilboði fegurðar"
"mais je ne peux pas accepter sa générosité"
„en ég get ekki sætt mig við örlæti hennar"
« Je suis vieux et je n'ai plus beaucoup de temps à vivre »
"Ég er gamall og á ekki langan tíma eftir"
"Je ne peux donc perdre que quelques années"
„svo ég get bara tapað nokkrum árum"
"un temps que je regrette pour vous, mes chers enfants"
"tími sem ég harma fyrir ykkar hönd, elsku börnin mín"
« Mais père », dit Belle
"En faðir," sagði fegurð
"tu n'iras pas au palais sans moi"
"þú skalt ekki fara í höllina án mín"
"tu ne peux pas m'empêcher de te suivre"
"þú getur ekki hindrað mig í að fylgja þér"
rien ne pourrait convaincre Belle autrement
ekkert gat sannfært fegurð um annað
elle a insisté pour aller au beau palais
hún krafðist þess að fara í fínu höllina
et ses sœurs étaient ravies de son insistance

og systur hennar voru ánægðar með kröfu hennar
Le marchand était inquiet à l'idée de perdre sa fille
Kaupmaðurinn var áhyggjufullur við tilhugsunina um að missa dóttur sína
il était tellement inquiet qu'il avait oublié le coffre rempli d'or
hann var svo áhyggjufullur að hann hefði gleymt kistunni fullri af gulli
la nuit, il se retirait pour se reposer et fermait la porte de sa chambre
um nóttina dró hann sig til hvíldar og lokaði hurð sinni fyrir herbergið
puis, à sa grande surprise, il trouva le trésor à côté de son lit
þá fann hann, sér til mikillar undrunar, fjársjóðinn við rúmstokkinn
il était déterminé à ne rien dire à ses enfants
hann var staðráðinn í að segja börnum sínum það ekki
s'ils savaient, ils auraient voulu retourner en ville
ef þeir vissu, hefðu þeir viljað fara aftur í bæinn
et il était résolu à ne pas quitter la campagne
og var hann ákveðinn að fara ekki úr sveitinni
mais il confia le secret à Belle
en hann treysti fegurðinni fyrir leyndarmálinu
elle l'informa que deux messieurs étaient venus
hún tilkynnti honum að tveir herrar væru komnir
et ils ont fait des propositions à ses sœurs
ok bjuggu þær systur hennar
elle a supplié son père de consentir à leur mariage
hún bað föður sinn að samþykkja hjónaband þeirra
et elle lui a demandé de leur donner une partie de sa fortune
ok bað hon hann gefa þeim fé sitt
elle leur avait déjà pardonné
hún hafði þegar fyrirgefið þeim
les méchantes créatures se frottaient les yeux avec des oignons
óguðlegu verurnar nudduðu augunum með lauk

pour forcer quelques larmes quand ils se sont séparés de leur sœur
að þvinga nokkur tár þegar þau skildu við systur sína
mais ses frères étaient vraiment inquiets
en bræður hennar höfðu virkilega áhyggjur
Belle était la seule à ne pas verser de larmes
fegurðin var sú eina sem ekki felldi tár
elle ne voulait pas augmenter leur malaise
hún vildi ekki auka vanlíðan þeirra
le cheval a pris la route directe vers le palais
hesturinn tók beina leið til hallarinnar
et vers le soir ils virent le palais illuminé
og undir kvöld sáu þeir hina upplýstu höll
le cheval est rentré à l'écurie
hesturinn fór aftur inn í hesthúsið
et le bon homme et sa fille entrèrent dans la grande salle
og góði maðurinn og dóttir hans gengu inn í stóra salinn
ici ils ont trouvé une table magnifiquement dressée
hér fundu þeir borð sem var prýðilega framreitt
le marchand n'avait pas d'appétit pour manger
kaupmaðurinn hafði enga lyst til að borða
mais Belle s'efforçait de paraître joyeuse
en fegurðin reyndi að sýnast glaðvær
elle s'est assise à table et a aidé son père
hún settist við borðið og hjálpaði föður sínum
mais elle pensait aussi :
en hún hugsaði líka með sjálfri sér:
"La bête veut sûrement m'engraisser avant de me manger"
"dýrið vill örugglega fita mig áður en það borðar mig"
"c'est pourquoi il offre autant de divertissement"
„þess vegna býður hann upp á svo mikla skemmtun"
après avoir mangé, ils entendirent un grand bruit
eftir að þeir höfðu borðað heyrðu þeir mikinn hávaða
et le marchand fit ses adieux à son malheureux enfant, les larmes aux yeux
og kaupmaðurinn kvaddi hið óheppilega barn sitt með tár í

augunum
parce qu'il savait que la bête allait venir
því hann vissi að dýrið var að koma
Belle était terrifiée par sa forme horrible
fegurðin var skelfingu lostin yfir hræðilegu formi hans
mais elle a pris courage du mieux qu'elle a pu
en hún tók kjark eins vel og hún gat
et le monstre lui a demandé si elle était venue volontairement
ok spurði skrímslið, hvort hún kæmi fúslega
"Oui, je suis venue volontiers", dit-elle en tremblant
„Já, ég er fús til að koma," sagði hún skjálfandi
la bête répondit : « Tu es très bon »
dýrið svaraði: "Þú ert mjög góður"
"et je vous suis très reconnaissant, honnête homme"
"og ég er þér mjög skylt, heiðarlegur maður"
« Allez-y demain matin »
"farðu þínar leiðir á morgun"
"mais ne pense plus jamais à revenir ici"
"en hugsaðu aldrei um að koma hingað aftur"
« Adieu Belle, adieu bête », répondit-il
„Kveðju fegurð, kveðjudýr," svaraði hann
et immédiatement le monstre s'est retiré
og þegar í stað dró skrímslið til baka
« Oh, ma fille », dit le marchand
"Ó, dóttir," sagði kaupmaðurinn
et il embrassa sa fille une fois de plus
ok faðmaði hann dóttur sína enn einu sinni
« Je suis presque mort de peur »
„Ég er næstum dauðhræddur"
"crois-moi, tu ferais mieux de rentrer"
"Trúðu mér, þú ættir að fara aftur"
"Laisse-moi rester ici, à ta place"
"leyfðu mér að vera hér, í staðinn fyrir þig"
« Non, père », dit Belle d'un ton résolu.
"Nei, faðir," sagði fegurð, í ákveðinni tón

"tu partiras demain matin"
"þú skalt leggja af stað á morgun"
« Laissez-moi aux soins et à la protection de la Providence »
"lát mig í umsjá og vernd forsjónarinnar"
néanmoins ils sont allés se coucher
samt fóru þeir að sofa
ils pensaient qu'ils ne fermeraient pas les yeux de la nuit
þeir héldu að þeir myndu ekki loka augunum alla nóttina
mais juste au moment où ils se couchaient, ils s'endormirent
en svá sem þeir lágu sváfu þeir
La belle rêva qu'une belle dame venait et lui disait :
fegurð dreymdi að góð kona kom og sagði við hana:
« Je suis content, Belle, de ta bonne volonté »
"Ég er sáttur, fegurð, með þinn góða vilja"
« Cette bonne action de votre part ne restera pas sans récompense »
"þessi góðverk þín skal ekki verða óverðlaunuð"
Belle s'est réveillée et a raconté son rêve à son père
fegurð vaknaði og sagði föður sínum draum sinn
le rêve l'a aidé à se réconforter un peu
draumurinn hjálpaði til að hugga hann aðeins
mais il ne pouvait s'empêcher de pleurer amèrement en partant
en hann gat ekki annað en grátið beisklega þegar hann var að fara
Dès qu'il fut parti, Belle s'assit dans la grande salle et pleura aussi
um leið og hann var farinn, settist fegurðin niður í stóra salnum og grét líka
mais elle résolut de ne pas s'inquiéter
en hún ákvað að vera ekki óróleg
elle a décidé d'être forte pour le peu de temps qui lui restait à vivre
hún ákvað að vera sterk í þann litla tíma sem hún átti eftir að lifa
parce qu'elle croyait fermement que la bête la mangerait

því hún trúði því staðfastlega að dýrið myndi éta hana
Cependant, elle pensait qu'elle pourrait aussi bien explorer le palais
þó hélt hún að hún gæti allt eins kannað höllina
et elle voulait voir le beau château
og hún vildi skoða kastalann fína
un château qu'elle ne pouvait s'empêcher d'admirer
kastala sem hún gat ekki annað en dáðst að
c'était un palais délicieusement agréable
þetta var yndislega notaleg höll
et elle fut extrêmement surprise de voir une porte
og hún var mjög hissa á að sjá hurð
et sur la porte il était écrit que c'était sa chambre
og yfir dyrnar var skrifað að það væri herbergið hennar
elle a ouvert la porte à la hâte
hún opnaði hurðina í skyndi
et elle était tout à fait éblouie par la magnificence de la pièce
og hún var alveg töfrandi af glæsileika herbergisins
ce qui a principalement retenu son attention était une grande bibliothèque
það sem einkum vakti athygli hennar var stórt bókasafn
un clavecin et plusieurs livres de musique
sembal og nokkrar nótnabækur
« Eh bien, » se dit-elle
"Jæja," sagði hún við sjálfa sig
« Je vois que la bête ne laissera pas mon temps peser sur moi »
"Ég sé að dýrið mun ekki láta tíma minn hanga þungur"
puis elle réfléchit à sa situation
svo hugsaði hún með sjálfri sér um aðstæður sínar
« Si je devais rester un jour, tout cela ne serait pas là »
„Ef mér væri ætlað að vera einn dag væri þetta ekki allt hér"
cette considération lui inspira un courage nouveau
þessi yfirvegun veitti henni ferskt hugrekki
et elle a pris un livre de sa nouvelle bibliothèque
og hún tók bók úr nýja bókasafninu sínu

et elle lut ces mots en lettres d'or :
og hún las þessi orð með gylltum stöfum:
« Accueillez Belle, bannissez la peur »
„Velkomin fegurð, bannið ótta"
« Vous êtes reine et maîtresse ici »
"Þú ert drottning og húsfreyja hér"
« Exprimez vos souhaits, exprimez votre volonté »
"Segðu óskir þínar, talaðu þinn vilja"
« L'obéissance rapide répond ici à vos souhaits »
"Skjót hlýðni uppfyllir óskir þínar hér"
« Hélas, dit-elle avec un soupir
"Vei," sagði hún og andvarpaði
« Ce que je souhaite par-dessus tout, c'est revoir mon pauvre père. »
„Ég vil helst af öllu sjá aumingja föður minn"
"et j'aimerais savoir ce qu'il fait"
"og mig langar að vita hvað hann er að gera"
Dès qu'elle eut dit cela, elle remarqua le miroir
Um leið og hún hafði sagt þetta tók hún eftir speglinum
à sa grande surprise, elle vit sa propre maison dans le miroir
sér til mikillar undrunar sá hún sitt eigið heimili í speglinum
son père est arrivé émotionnellement épuisé
Faðir hennar kom tilfinningalega þreyttur
ses sœurs sont allées à sa rencontre
systur hennar fóru á móti honum
malgré leurs tentatives de paraître tristes, leur joie était visible
þrátt fyrir tilraunir þeirra til að sýnast sorgmæddur var gleði þeirra sýnileg
un instant plus tard, tout a disparu
augnabliki síðar hvarf allt
et les appréhensions de Belle ont également disparu
og fegurðarhugsanir hurfu líka
car elle savait qu'elle pouvait faire confiance à la bête
því hún vissi að hún gæti treyst dýrinu
À midi, elle trouva le dîner prêt

Um hádegi fann hún kvöldmatinn tilbúinn
elle s'est assise à la table
hún settist sjálf við borðið
et elle a été divertie avec un concert de musique
og henni var skemmt með tónleikum
même si elle ne pouvait voir personne
þó hún gæti ekki séð neinn
le soir, elle s'est à nouveau assise pour dîner
um nóttina settist hún aftur til kvöldverðar
cette fois elle entendit le bruit que faisait la bête
í þetta sinn heyrði hún hávaðann sem dýrið gaf frá sér
et elle ne pouvait s'empêcher d'être terrifiée
og hún gat ekki annað en að vera hrædd
"Belle", dit le monstre
"fegurð," sagði skrímslið
"est-ce que tu me permets de manger avec toi ?"
"leyfirðu mér að borða með þér?"
« Fais comme tu veux », répondit Belle en tremblant
"Gerðu eins og þú vilt," svaraði fegurð skjálfandi
"Non", répondit la bête
„Nei," svaraði dýrið
"tu es seule la maîtresse ici"
"þú ein ert húsmóðir hér"
"tu peux me renvoyer si je suis gênant"
"þú getur sent mig í burtu ef ég er erfiður"
« renvoyez-moi et je me retirerai immédiatement »
„sendið mig í burtu og ég mun strax hætta"
« Mais dis-moi, ne me trouves-tu pas très laide ? »
"En segðu mér, finnst þér ég ekki mjög ljótur?"
"C'est vrai", dit Belle
"Það er satt," sagði fegurð
« Je ne peux pas mentir »
„Ég get ekki sagt ósatt"
"mais je crois que tu es de très bonne nature"
"en ég trúi því að þú sért mjög góðlyndur"
« Je le suis en effet », dit le monstre

„Það er ég svo sannarlega," sagði skrímslið
« Mais à part ma laideur, je n'ai pas non plus de bon sens »
„En fyrir utan ljótleikann, þá hef ég ekkert vit á því"
« Je sais très bien que je suis une créature stupide »
„Ég veit vel að ég er kjánaleg skepna"
« Ce n'est pas un signe de folie de penser ainsi », répondit Belle.
„Það er ekkert merki um heimsku að halda það," svaraði fegurðin
« Mange donc, belle », dit le monstre
„Borðaðu þá, fegurð," sagði skrímslið
« essaie de t'amuser dans ton palais »
"reyndu að skemmta þér í höllinni þinni"
"tout ici est à toi"
"Hér er allt þitt"
"et je serais très mal à l'aise si tu n'étais pas heureux"
"og ég væri mjög órólegur ef þú værir ekki ánægður"
« Vous êtes très obligeant », répondit Belle
"Þú ert mjög skyldugur," svaraði fegurð
« J'avoue que je suis heureux de votre gentillesse »
„Ég viðurkenni að ég er ánægður með góðvild þína"
« et quand je considère votre gentillesse, je remarque à peine vos difformités »
"og þegar ég lít á góðvild þína, tek ég varla eftir vansköpunum þínum"
« Oui, oui, dit la bête, mon cœur est bon.
„Já, já," sagði dýrið, „hjarta mitt er gott
"mais même si je suis bon, je suis toujours un monstre"
"en þó ég sé góður er ég samt skrímsli"
« Il y a beaucoup d'hommes qui méritent ce nom plus que toi »
„Það eru margir karlmenn sem eiga það nafn meira skilið en þú"
"et je te préfère tel que tu es"
"og ég vil þig alveg eins og þú ert"
"et je te préfère à ceux qui cachent un cœur ingrat"

"og ég kýs þig meira en þá sem fela vanþakklátt hjarta"
"Si seulement j'avais un peu de bon sens", répondit la bête
„Ef ég hefði aðeins vit," svaraði dýrið
"Si j'avais du bon sens, je vous ferais un beau compliment pour vous remercier"
„Ef ég hefði vit myndi ég þakka þér fyrir gott hrós"
"mais je suis si ennuyeux"
"en ég er svo sljór"
« Je peux seulement dire que je vous suis très reconnaissant »
„Ég get bara sagt að ég er þér mjög skylt"
Belle a mangé un copieux souper
fegurðin borðaði ljúffengan kvöldverð
et elle avait presque vaincu sa peur du monstre
og hún var næstum búin að sigra óttann við skrímslið
mais elle a voulu s'évanouir lorsque la bête lui a posé la question suivante
en hún vildi fá yfirlið þegar dýrið spurði hana næstu spurningu
"Belle, veux-tu être ma femme ?"
"fegurð, verður þú konan mín?"
elle a mis du temps avant de pouvoir répondre
hún tók nokkurn tíma áður en hún gat svarað
parce qu'elle avait peur de le mettre en colère
því hún var hrædd um að gera hann reiðan
Mais finalement elle dit "non, bête"
loksins sagði hún "nei, dýr"
immédiatement le pauvre monstre siffla très effroyablement
strax hvæsti greyið skrímslið mjög skelfilega
et tout le palais résonna
og öll höllin ómaði
mais Belle se remit bientôt de sa frayeur
en fegurðin jafnaði sig fljótt af hræðslunni
parce que la bête parla encore d'une voix lugubre
því að skepnan talaði aftur með harmandi röddu
"Alors adieu, Belle"

"þá bless, fegurð"
et il ne se retournait que de temps en temps
og hann sneri sér bara aftur af og til
de la regarder alors qu'il sortait
að horfa á hana þegar hann fór út
maintenant Belle était à nouveau seule
nú var fegurðin aftur ein
elle ressentait beaucoup de compassion
hún fann til mikillar samúðar
"Hélas, c'est mille fois dommage"
"Vei, það er þúsund samúð"
"tout ce qui est si bon ne devrait pas être si laid"
"allt svo gott eðli ætti ekki að vera svo ljótt"
Belle a passé trois mois très heureuse dans le palais
fegurð eyddi þremur mánuðum mjög ánægð í höllinni
chaque soir la bête lui rendait visite
hvert kvöld heimsótti dýrið hana
et ils ont parlé pendant le dîner
og töluðust þeir við um kvöldmáltíðina
ils ont parlé avec bon sens
þeir töluðu af skynsemi
mais ils ne parlaient pas avec ce que les gens appellent de l'esprit
en þeir töluðu ekki við það sem menn kalla vitni
Belle a toujours découvert un caractère précieux dans la bête
fegurðin uppgötvaði alltaf einhverja dýrmæta persónu í dýrinu
et elle s'était habituée à sa difformité
og hún var orðin vön vansköpun hans
elle ne redoutait plus le moment de sa visite
hún óttaðist ekki tíma heimsóknar hans lengur
maintenant elle regardait souvent sa montre
nú leit hún oft á úrið sitt
et elle ne pouvait pas attendre qu'il soit neuf heures
og hún gat ekki beðið eftir að klukkan væri orðin níu
car la bête ne manquait jamais de venir à cette heure-là

því að dýrið missti aldrei af því að koma á þeirri stundu
il n'y avait qu'une seule chose qui concernait Belle
það var aðeins eitt sem varðaði fegurð
chaque soir avant d'aller au lit, la bête lui posait la même question
á hverju kvöldi áður en hún fór að sofa spurði dýrið hana sömu spurningu
le monstre lui a demandé si elle voulait être sa femme
skrímslið spurði hana hvort hún myndi vera konan hans
un jour elle lui dit : "bête, tu me mets très mal à l'aise"
dag einn sagði hún við hann: "dýr, þú gerir mig mjög órólega"
« J'aimerais pouvoir consentir à t'épouser »
"Ég vildi að ég gæti samþykkt að giftast þér"
"mais je suis trop sincère pour te faire croire que je t'épouserais"
"en ég er of einlægur til að láta þig trúa því að ég myndi giftast þér"
"Notre mariage n'aura jamais lieu"
"hjónaband okkar mun aldrei gerast"
« Je te verrai toujours comme un ami »
"Ég mun alltaf sjá þig sem vin"
"S'il vous plaît, essayez d'être satisfait de cela"
"vinsamlegast reyndu að vera sáttur við þetta"
« Je dois me contenter de cela », dit la bête
„Ég verð að vera sáttur við þetta," sagði dýrið
« Je connais mon propre malheur »
„Ég þekki mína eigin ógæfu"
"mais je t'aime avec la plus tendre affection"
"en ég elska þig með mestu ástúð"
« Cependant, je devrais me considérer comme heureux »
„Ég ætti hins vegar að líta á mig sem hamingjusaman"
"et je serais heureux que tu restes ici"
"og ég ætti að vera ánægður með að þú skulir vera hér"
"promets-moi de ne jamais me quitter"
"lofaðu mér að yfirgefa mig aldrei"
Belle rougit à ces mots

fegurðin roðnaði við þessi orð
Un jour, Belle se regardait dans son miroir
einn daginn var fegurð að horfa í spegilinn hennar
son père s'était inquiété à mort pour elle
faðir hennar hafði áhyggjur af því að hann væri veikur fyrir hana
elle avait plus que jamais envie de le revoir
hún þráði að sjá hann aftur meira en nokkru sinni fyrr
« **Je pourrais te promettre de ne jamais te quitter complètement** »
„Ég gæti lofað að yfirgefa þig aldrei alveg"
"**mais j'ai tellement envie de voir mon père**"
"en ég hef svo mikla löngun til að sjá föður minn"
« **Je serais terriblement contrarié si tu disais non** »
„Ég yrði óhugsandi ef þú segir nei"
« **Je préfère mourir moi-même** », dit le monstre
"Ég hefði frekar viljað deyja sjálfur," sagði skrímslið
« **Je préférerais mourir plutôt que de te mettre mal à l'aise** »
„Ég vil frekar deyja en láta þig finna fyrir vanlíðan"
« **Je t'enverrai vers ton père** »
"Ég mun senda þig til föður þíns"
"**tu resteras avec lui**"
"þú skalt vera hjá honum"
"**et cette malheureuse bête mourra de chagrin à la place**"
"og þetta ógæfudýr mun deyja úr sorg í staðinn"
« **Non** », dit Belle en pleurant
"Nei," sagði fegurð og grét
"**Je t'aime trop pour être la cause de ta mort**"
"Ég elska þig of mikið til að vera orsök dauða þíns"
"**Je te promets de revenir dans une semaine**"
„Ég lofa þér að koma aftur eftir viku"
« **Tu m'as montré que mes sœurs sont mariées** »
"Þú hefur sýnt mér að systur mínar eru giftar"
« **et mes frères sont partis à l'armée** »
"og bræður mínir eru farnir í herinn"
« **laisse-moi rester une semaine avec mon père, car il est seul**

»
„leyfðu mér að vera í viku hjá föður mínum, þar sem hann er einn"
« Tu seras là demain matin », dit la bête
"Þú skalt vera á morgun," sagði dýrið
"mais souviens-toi de ta promesse"
"en mundu loforð þitt"
« Il vous suffit de poser votre bague sur une table avant d'aller vous coucher »
„Þú þarft bara að leggja hringinn þinn á borð áður en þú ferð að sofa"
"et alors tu seras ramené avant le matin"
"og þá verður þú færð aftur fyrir morguninn"
« Adieu chère Belle », soupira la bête
„Vertu sæll elsku fegurð," andvarpaði dýrið
Belle s'est couchée très triste cette nuit-là
fegurð fór að sofa mjög dapur um kvöldið
parce qu'elle ne voulait pas voir la bête si inquiète
af því að hún vildi ekki sjá dýrið svona áhyggjufull
le lendemain matin, elle se retrouva chez son père
morguninn eftir fann hún sig heima hjá föður sínum
elle a sonné une petite cloche à côté de son lit
hún hringdi lítilli bjöllu við rúmið sitt
et la servante poussa un grand cri
og ambáttin hrópaði hátt
et son père a couru à l'étage
og faðir hennar hljóp upp
il pensait qu'il allait mourir de joie
hann hélt að hann myndi deyja af gleði
il l'a tenue dans ses bras pendant un quart d'heure
hann hélt henni í fanginu í stundarfjórðung
Finalement, les premières salutations étaient terminées
loksins var fyrstu kveðjunni lokið
Belle a commencé à penser à sortir du lit
fegurð fór að hugsa um að fara fram úr rúminu
mais elle s'est rendu compte qu'elle n'avait apporté aucun

vêtement
en hún áttaði sig á því að hún hafði engin föt með sér
mais la servante lui a dit qu'elle avait trouvé une boîte
en vinnukonan sagði henni að hún hefði fundið kassa
le grand coffre était plein de robes et de robes
stóri skottið var fullt af sloppum og kjólum
chaque robe était couverte d'or et de diamants
hver kjóll var þakinn gulli og demöntum
La Belle a remercié la Bête pour ses bons soins
fegurð þakkaði dýrinu fyrir góða umönnun
et elle a pris l'une des robes les plus simples
og hún tók einn hinn látlausasta kjól
elle avait l'intention de donner les autres robes à ses sœurs
hina kjólana ætlaði hún að gefa systrum sínum
mais à cette pensée le coffre de vêtements disparut
en við þá hugsun hvarf fatakistan
la bête avait insisté sur le fait que les vêtements étaient pour elle seulement
dýrið hafði fullyrt að fötin væru eingöngu fyrir hana
son père lui a dit que c'était le cas
faðir hennar sagði henni að svo væri
et aussitôt le coffre de vêtements est revenu
og strax kom fötin aftur
Belle s'est habillée avec ses nouveaux vêtements
fegurðin klæddi sig með nýju fötunum sínum
et pendant ce temps les servantes allèrent chercher ses sœurs
og í millitíðinni fóru vinnukonur að finna systur sínar
ses deux sœurs étaient avec leurs maris
báðar systur hennar voru með mönnum sínum
mais ses deux sœurs étaient très malheureuses
en báðar systur hennar voru mjög óánægðar
sa sœur aînée avait épousé un très beau gentleman
Elsta systir hennar hafði gifst mjög myndarlegum herramanni
mais il était tellement amoureux de lui-même qu'il négligeait sa femme
en honum þótti svo vænt um sjálfan sig, að hann vanrækti

konu sína
sa deuxième sœur avait épousé un homme spirituel
önnur systir hennar hafði gifst fyndnum manni
mais il a utilisé son esprit pour tourmenter les gens
en hann notaði vitsmuni sína til að kvelja fólk
et il tourmentait surtout sa femme
ok kvaddi hann konu sína mest af öllu
Les sœurs de Belle l'ont vue habillée comme une princesse
systur fegurðar sáu hana klædda eins og prinsessu
et ils furent écœurés d'envie
og þeir voru sjúkir af öfund
maintenant elle était plus belle que jamais
nú var hún fallegri en nokkru sinni fyrr
son comportement affectueux n'a pas pu étouffer leur jalousie
Ástúðleg hegðun hennar gat ekki kæft afbrýðisemi þeirra
elle leur a dit combien elle était heureuse avec la bête
hún sagði þeim hvað hún væri ánægð með dýrið
et leur jalousie était prête à éclater
og öfund þeirra var tilbúin að springa
Ils descendirent dans le jardin pour pleurer leur malheur
Þeir fóru niður í garð til að gráta yfir óförum sínum
« En quoi cette petite créature est-elle meilleure que nous ? »
"Á hvaða hátt er þessi litla skepna betri en við?"
« Pourquoi devrait-elle être tellement plus heureuse ? »
"Af hverju ætti hún að vera svona miklu ánægðari?"
« Sœur », dit la sœur aînée
"Systir," sagði eldri systirin
"une pensée vient de me traverser l'esprit"
„hugsun datt mér í hug"
« Essayons de la garder ici plus d'une semaine »
„reynum að hafa hana hér í meira en viku"
"Peut-être que cela fera enrager ce monstre idiot"
„kannski mun þetta reita kjánalega skrímslið til reiði"
« parce qu'elle aurait manqué à sa parole »
„því hún hefði brotið orð sín"

- 31 -

"et alors il pourrait la dévorer"
"og þá gæti hann étið hana"
"C'est une excellente idée", répondit l'autre sœur
„Þetta er frábær hugmynd," svaraði hin systirin
« Nous devons lui montrer autant de gentillesse que possible »
„við verðum að sýna henni eins mikla vinsemd og hægt er"
les sœurs en ont fait leur résolution
þær systur gerðu þetta að ályktun sinni
et ils se sont comportés très affectueusement envers leur sœur
og báru þau sér mjög ástúðlega fram við systur sína
pauvre Belle pleurait de joie à cause de toute leur gentillesse
vesalings fegurð grét af gleði af allri góðvild sinni
quand la semaine fut expirée, ils pleurèrent et s'arrachèrent les cheveux
þegar vikan var liðin grétu þeir og rifu hár sitt
ils semblaient si désolés de se séparer d'elle
þeim þótti svo leitt að skilja við hana
et Belle a promis de rester une semaine de plus
og fegurðin lofaði að vera viku lengur
Pendant ce temps, Belle ne pouvait s'empêcher de réfléchir sur elle-même
Í millitíðinni gat fegurðin ekki annað en að hugsa um sjálfa sig
elle s'inquiétait de ce qu'elle faisait à la pauvre bête
hún hafði áhyggjur af því hvað hún væri að gera vesalings dýrinu
elle sait qu'elle l'aimait sincèrement
hún veit að hún elskaði hann innilega
et elle avait vraiment envie de le revoir
og hún þráði mjög að sjá hann aftur
la dixième nuit qu'elle a passée chez son père aussi
tíundu nóttina sem hún eyddi líka hjá föður sínum
elle a rêvé qu'elle était dans le jardin du palais
hana dreymdi að hún væri í hallargarðinum
et elle rêva qu'elle voyait la bête étendue sur l'herbe

og hana dreymdi hana sjá dýrið lengjast á grasinu
il semblait lui faire des reproches d'une voix mourante
hann virtist ávíta hana með deyjandi röddu
et il l'accusa d'ingratitude
og hann sakaði hana um vanþakklæti
Belle s'est réveillée de son sommeil
fegurðin vaknaði af svefni
et elle a fondu en larmes
og hún brast í grát
« Ne suis-je pas très méchant ? »
"Er ég ekki mjög vondur?"
« N'était-ce pas cruel de ma part d'agir si méchamment envers la bête ? »
"Var það ekki grimmt af mér að koma svona óvinsamlega fram við dýrið?"
"la bête a tout fait pour me faire plaisir"
„dýrið gerði allt til að þóknast mér"
« Est-ce sa faute s'il est si laid ? »
"Er það honum að kenna að hann er svona ljótur?"
« Est-ce sa faute s'il a si peu d'esprit ? »
"Er það honum að kenna að hann hefur svo lítið vit?"
« Il est gentil et bon, et cela suffit »
„Hann er góður og góður og það er nóg"
« Pourquoi ai-je refusé de l'épouser ? »
"Af hverju neitaði ég að giftast honum?"
« Je devrais être heureux avec le monstre »
„Ég ætti að vera ánægður með skrímslið"
« regarde les maris de mes sœurs »
"horfðu á eiginmenn systra minna"
« Ni l'esprit, ni la beauté ne les rendent bons »
"hvorki vitsmuni né myndarleg vera gerir þá góða"
« aucun de leurs maris ne les rend heureuses »
„Enginn eiginmaður þeirra gerir þá hamingjusama"
« mais la vertu, la douceur de caractère et la patience »
"en dyggð, ljúfleiki skapsins og þolinmæði"
"ces choses rendent une femme heureuse"

„þessir hlutir gleðja konu"
"et la bête a toutes ces qualités précieuses"
"og dýrið hefur alla þessa dýrmætu eiginleika"
"c'est vrai, je ne ressens pas de tendresse et d'affection pour lui"
"það er satt; ég finn ekki fyrir ástúðinni í garð hans"
"mais je trouve que j'éprouve la plus grande gratitude envers lui"
"en mér finnst ég vera þakklát fyrir hann"
"et j'ai la plus haute estime pour lui"
"og ég hef mesta virðingu fyrir honum"
"et il est mon meilleur ami"
"og hann er besti vinur minn"
« Je ne le rendrai pas malheureux »
„Ég mun ekki gera hann auman"
« Si j'étais si ingrat, je ne me le pardonnerais jamais »
„Ef ég ætti að vera svona vanþakklát myndi ég aldrei fyrirgefa sjálfri mér"
Belle a posé sa bague sur la table
fegurðin lagði hringinn sinn á borðið
et elle est retournée au lit
og hún fór að sofa aftur
à peine était-elle au lit qu'elle s'endormit
varla var hún í rúminu áður en hún sofnaði
elle s'est réveillée à nouveau le lendemain matin
hún vaknaði aftur morguninn eftir
et elle était ravie de se retrouver dans le palais de la bête
og var hún fegin að finna sig í höll dýrsins
elle a mis une de ses plus belles robes pour lui faire plaisir
hún klæddist einum flottasta kjólnum sínum til að þóknast honum
et elle attendait patiemment le soir
og hún beið þolinmóð eftir kvöldinu
enfin l' heure tant souhaitée est arrivée
loksins kom óskastundin
L'horloge a sonné neuf heures, mais aucune bête n'est

apparue
klukkan sló níu, samt birtist ekkert dýr
La belle craignit alors d'avoir été la cause de sa mort
fegurð óttaðist þá að hún hefði verið orsök dauða hans
elle a couru en pleurant dans tout le palais
hún hljóp grátandi um alla höllina
après l'avoir cherché partout, elle se souvint de son rêve
eftir að hafa leitað hans alls staðar, mundi hún draum sinn
et elle a couru vers le canal dans le jardin
og hún hljóp að síkinu í garðinum
là elle a trouvé la pauvre bête étendue
þar fann hún fátæka dýrið útréttað
et elle était sûre de l'avoir tué
og hún var viss um að hún hefði drepið hann
elle se jeta sur lui sans aucune crainte
hún kastaði sér yfir hann án nokkurs ótta
son cœur battait encore
hjarta hans sló enn
elle est allée chercher de l'eau au canal
hún sótti vatn úr skurðinum
et elle versa l'eau sur sa tête
og hún hellti vatninu yfir höfuð hans
la bête ouvrit les yeux et parla à Belle
dýrið opnaði augun og talaði til fegurðar
« **Tu as oublié ta promesse** »
"Þú gleymdir loforði þínu"
« **J'étais tellement navrée de t'avoir perdu** »
„Ég var svo sár að hafa misst þig"
« **J'ai décidé de me laisser mourir de faim** »
„Ég ákvað að svelta mig"
"**mais j'ai le bonheur de te revoir une fois de plus**"
"en ég er ánægð með að sjá þig einu sinni enn"
"**j'ai donc le plaisir de mourir satisfait**"
„svo ég hef ánægju af að deyja sáttur"
« **Non, chère bête** », dit Belle, « **tu ne dois pas mourir** »
"Nei, elskan dýr," sagði fegurð, "þú mátt ekki deyja"

« Vis pour être mon mari »
"Lifðu til að vera maðurinn minn"
"à partir de maintenant je te donne ma main"
"frá þessu augnabliki gef ég þér hönd mína"
"et je jure de n'être que le tien"
"og ég sver að vera enginn nema þinn"
« Hélas ! Je pensais n'avoir que de l'amitié pour toi »
"Æ! Ég hélt að ég ætti aðeins vináttu við þig"
« mais la douleur que je ressens maintenant m'en convainc » ;
"en sorgin sem ég finn núna sannfærir mig;
"Je ne peux pas vivre sans toi"
"Ég get ekki lifað án þín"

Belle avait à peine prononcé ces mots lorsqu'elle vit une lumière
fegurðin hafði varla sagt þessi orð þegar hún sá ljós
le palais scintillait de lumière
höllin tindraði af ljósi
des feux d'artifice ont illuminé le ciel
flugeldar lýstu upp himininn
et l'air rempli de musique
og loftið fylltist af tónlist
tout annonçait un grand événement
allt gaf fyrirvara um einhvern stórviðburð
mais rien ne pouvait retenir son attention
en ekkert gat haldið athygli hennar
elle s'est tournée vers sa chère bête
hún sneri sér að dýrinu sínu
la bête pour laquelle elle tremblait de peur
dýrið sem hún skalf af ótta fyrir
mais sa surprise fut grande face à ce qu'elle vit !
en undrun hennar var mikil á því sem hún sá!
la bête avait disparu
dýrið var horfið
Au lieu de cela, elle a vu le plus beau prince
í staðinn sá hún yndislegasta prinsinn

elle avait mis fin au sort
hún hafði bundið enda á álögin
un sort sous lequel il ressemblait à une bête
álög þar sem hann líktist skepnu
ce prince était digne de toute son attention
þessi prins var verðugur allrar athygli hennar
mais elle ne pouvait s'empêcher de demander où était la bête
en hún gat ekki annað en spurt hvar dýrið væri
« Vous le voyez à vos pieds », dit le prince
„Þú sérð hann við fætur þér," sagði prinsinn
« Une méchante fée m'avait condamné »
„Guðlaus ævintýri hafði dæmt mig"
« Je devais rester dans cette forme jusqu'à ce qu'une belle princesse accepte de m'épouser »
„Ég átti að vera í því formi þar til falleg prinsessa samþykkti að giftast mér"
"la fée a caché ma compréhension"
"álfurinn faldi skilning minn"
« tu étais le seul assez généreux pour être charmé par la bonté de mon caractère »
"þú varst sá eini nógu örlátur til að heillast af gæsku skapi mínu"
Belle était agréablement surprise
fegurðin kom glaðlega á óvart
et elle donna sa main au charmant prince
og hún rétti hinum heillandi prins hönd sína
ils sont allés ensemble au château
fóru þeir saman inn í kastalann
et Belle fut ravie de retrouver son père au château
og fegurð var fegin að finna föður sinn í kastalanum
et toute sa famille était là aussi
og öll fjölskyldan hennar var þar líka
même la belle dame qui lui était apparue dans son rêve était là
jafnvel fallega konan sem birtist í draumi hennar var þarna
"Belle", dit la dame du rêve

"fegurð," sagði frúin úr draumnum
« viens et reçois ta récompense »
"komdu og fáðu laun þín"
« Vous avez préféré la vertu à l'esprit ou à l'apparence »
"þú hefur valið dyggð fram yfir vitsmuni eða útlit"
"et tu mérites quelqu'un chez qui ces qualités sont réunies"
"og þú átt skilið einhvern sem þessir eiginleikar eru sameinaðir í"
"tu vas être une grande reine"
"þú verður frábær drottning"
« J'espère que le trône ne diminuera pas votre vertu »
"Ég vona að hásætið muni ekki draga úr dyggð þinni"
puis la fée se tourna vers les deux sœurs
þá sneri álfurinn sér að systrunum tveimur
« J'ai vu à l'intérieur de vos cœurs »
"Ég hef séð innra með hjörtum þínum"
"et je connais toute la méchanceté que contiennent vos cœurs"
"og ég veit alla þá illsku sem hjörtu þín innihalda"
« Vous deux deviendrez des statues »
"þið tvö verðið styttur"
"mais vous garderez votre esprit"
"en þú munt halda huga þínum"
« Tu te tiendras aux portes du palais de ta sœur »
"Þú skalt standa við hlið hallar systur þinnar"
"Le bonheur de ta sœur sera ta punition"
"hamingja systur þinnar skal vera þín refsing"
« vous ne pourrez pas revenir à vos anciens états »
"þú munt ekki geta snúið aftur til fyrri ríkja þinna"
« à moins que vous n'admettiez tous les deux vos fautes »
"nema þið viðurkennið báðir galla ykkar"
"mais je prévois que vous resterez toujours des statues"
"en ég er fyrirséð að þú munt alltaf vera styttur"
« L'orgueil, la colère, la gourmandise et l'oisiveté sont parfois vaincus »
„Stundum er sigrað á stolti, reiði, mathætti og iðjuleysi"

" **mais la conversion des esprits envieux et malveillants sont des miracles** "
" en umskipti öfundsjúkra og illgjarnra huga eru kraftaverk"
immédiatement la fée donna un coup de baguette
strax gaf álfurinn högg með sprota sínum
et en un instant tous ceux qui étaient dans la salle furent transportés
og á augnabliki voru fluttir allir sem í salnum voru
ils étaient entrés dans les domaines du prince
þeir höfðu farið inn í ríki höfðingjans
les sujets du prince l'ont reçu avec joie
Þingmenn prinsins tóku á móti honum með gleði
le prêtre a épousé Belle et la bête
presturinn giftist fegurð og dýrinu
et il a vécu avec elle de nombreuses années
og hann bjó hjá henni mörg ár
et leur bonheur était complet
og hamingja þeirra var fullkomin
parce que leur bonheur était fondé sur la vertu
vegna þess að hamingja þeirra var byggð á dyggð

La fin
Endirinn

www.tranzlaty.com

www.ingramcontent.com/pod-product-compliance
Lightning Source LLC
Chambersburg PA
CBHW011556070526
44585CB00023B/2623